จูเนียร์สายรุ้ง

สีของแมว

ขอแนะนำสีสันให้กับจิตใจของวัยรุ่น

RAINBOW ROY

จูเนียร์สายรุ้ง
สีของแมว

ขอแนะนำสีสันให้กับจิตใจของวัยรุ่น

โดย เรนโบว์รอย

รุ้งกินน้ำเต็มไป
ด้วยสีสันนานา
ชนิด

เราจะสำรวจสีสันและเรียนรู้เกี่ยวกับแมวด้วยกัน

สีแดง

สีแดงเหมือน
แมวอะบิสซิเนียน

ส้ม

สีส้มเหมือน
แมวลาย

สีเหลือง

สีเหลืองเหมือน
แมวสยาม

สีเขียว

สีเขียวเหมือนกับดวงตาของแมวอียิปต์เมา

สีฟ้า

สีฟ้าเหมือนแมวรัส
เซียนบลู

คราม

สีครามเหมือนของ
เล่นแมวตัวนี้

สีม่วง

สีม่วงเหมือน
ปลอกคอแมวตัวนี้

ทีนี้เรามาดูสีอื่นๆ
บ้างนอกเหนือ
จากสายรุ้งกัน!

สีชมพู

สีชมพูเหมือนแมว
สฟิงซ์

สีน้ำตาล

สีน้ำตาลเหมือน
แมวเบงกอล

สีขาว

สีขาวเหมือนขน
Angora ตุรกี

สีดำ

สีดำเหมือนแมวบอมเบย์

สีเทา

สีเทาเหมือนแมวพันธุ์
บริติชชอร์ตแฮร์

ตอนนี้เรามาดูสิ่ง
ที่คุณได้เรียนรู้
แล้ว!

แมวตัวนี้สีอะไร?

แมวตัวนี้มีสีส้ม
และสีขาว

แมวตัวนี้สีอะไร?

แมวตัวนี้เป็นสีเทา

ดวงตาของแมวตัวนี้มีสีอะไร?

ดวงตาของเขาเป็น
สีเหลือง

คุณฉลาดมาก! เรียนรู้อยู่เสมอ และอย่าลืมความรักในการเรียนรู้